Daga nan sai kura ta ce, “To, wa za a sa? Ai ka san wannan aikin sai mu.”

Zaki ya ce, “To, gaya mana irin dabarun da ki kan yi ki kubuta daga mutane, sa’an nan mu gani in hanyoyinki na da amfani ga sauran su bi.”

Kura ta ce, “Ai ba wata dabara da ta ke raba ka da mutum, sai idan wuri ya kure maka ka bude hakora ka tasam masa. In ko akwai ‘yar tazara, ka sanke ka yi ta tanka.”

Zomo ya ce, “Allah wadan wannandabara taki. In ke kina da karfin tasam musu, mu muna da shi ne?” Ya dubi zaki, ya ce, “allah ya ba Sarki nasara, mafitarmu daya ce, idan kowa ya yi rami a kasa, ya yi masa kofa kamar goma duk nesa da juna. Ka ga in an rutsa ka nan sai ka bulle nan, in an datse nan sai ka bullo nan.”

Bauna ta dubi zomo, ta yi murmushi, ta ce “kadai, yaro dai yaro ne. Kana maganar a gina rami, ni ina ka ga ramin da zan iya shiga?”

MAGANA JARI CE LITTAFI NA 1

Gabatarwa

Wannan littafi, Magana Jari Ce, 1, yana cikin littattafai daga uku da Alhaji Abubakar Imam ya rubuta a cikin wata shida na zamansa a Zariya a shekarar 1936. Dalilin zabo shi kuwa ya rubuta wadannan littattafai shi ne ya shiga wata gasa ta rubutun littafi a shekarar 1933 ya kuma ci nasara da littafinsa na farko 'Ruwan Bagaja'.

Wata rana namun daji suka taru suna shawarar ta kofar da ya kamata su rika fitowa 'yan Adam, don su kubuta daga tarkokinsu. Kowa na kawo tasa ana kushewa, sai dila ya ce, "Ba abin da fi, sai a yi makaranta nan dawn, mu da muka sha gwagwarmaya da mutane, muka gane makircinsu, mu rika koya wa na baya irin dabarummu." Sauran dabbobi suka yarda da wanna magana.

Dila ya ce, “Ce ma kya iya shiga, to, in kun gamu a wajen kiwo fa? Ko kuwa don tsoro sai a bar neman abinci?”

Zomo ya ce, “Ai wannan sauki gare shi. Da kun gamu ya sa karnukansa suka biyo ka, sai ka yi gaba kama ka wuce, ka ta da kura ka komo baya, ka sami gidan gara ka make gindinsa, sai ka saje da shi.”

Wannan magana ta zomo ta ba kowa haushi, har giwa ta tashi take shi, ba ta sani ba. Ta harare shi ta ce, “Kai sakarai, in kai kana iya makewa a suri, mu fa? Kai karnuka suka dame ka, me aka yi aka yi karnuka? Cikin abubuwan ba tsoro har a gama da kare? Wannan ba dan'uwammu ba ne, kwadayi ya kai shi cikin mutane har ya yarda suna wulakanta shi kamar ba dan halas ba? Kai ma zomo, ba ka san maganar ka ka ke yi ba."

Kowa ya yi ta kawo dabararsa, don a sa shi malamin dawa, amma in saura suka bincika, sai su ga shi kadai ta ke wa amfani. Can an rasa wanda za a zaba, sai dila ya yi tsalle ya fado gaban manyan dawa ya ce, "Allah ya kiyashe ka daga sharrin mutane, ni za a ba malanta, domin duk makircin mutane ba wanda ban sani ba."

Kura ta ce, "Ba a tambaye ka yawan magana ba. Ka fadi dabarun da ka ke yi kana tserad da kanka mu ji, in mun yarda."

Dila ya dubi zaki, ya ce, "Allah ya daukake ka, na san kuka na cikin abubuwan da ke tona mu ga mutane, saboda haka in na yi kuka gabas sai in ruga in komma yamma, in na yi a yamma sai in koma kudu. Ban taba tsayawa inda aka ji na yi kuka ba, balle a biyo."

Zaki ya girgiza kai, ya ce, "Lalle lana da dabara a wannan wuri, amma in ka yi barci fa? Ko kuwa kullum ba a yi, sai ka yi ta gudu ka je nan, ka je nan?"

Dila ya ce, "Allah ya ba manyan dawa nasara, ai ni ba na barci sai tsakiyar ganyayen doka. In da ko fara ta fadi na ji kyamas sai in farka, in na ga ta tsayay in tsaya, in zuciyata ba ta ba ni ba in ruga."

Zaki ya ce, "Lalle kana da dabara."

Kura ta ce, “manyan dawa, ai ko wajen shan ruwa mutane na cutarmu. In ya ce yana da dabara a fili ta wajen shan ruwa fa?”

Dila ye ce, “Ai ni ba na shan ruwa yadda ku ke yi. In na ji kishirwa sai in tafi rafi, in tsoma wutsiyata cikin ruwa, in fito waje in tsotse, in koma in sake tsomawa. Haka na kan yi ta yi har in koshi, amma ban gane wa in dukad da kaina ba. Irin wanan shan ruwa da ku ke yi, ai ita ce baya ba zane. In wani ya lababo daga baya, ai barna ta auku.”

Damisa ta ji haka sai ta ce, “Mhm, ai ba nan mutane su ke sha da arna ba, sai wajen yin tarko. Babban abin da ba mu san kansa ba ke nan.”

Dila ya ce, “Ni dai abin da na tsare, shi ne duk inda na ga itace ya sarke, ba alamar ganye, ba alamar saiwa a gindinsa sai in sake hanya. Na san lalle itatuwa ba su tsira sai da saiwa da ko ganyaye, ko sun bushe a ga alamar inda su ke. In ko ina tafiya, na ga wani abincina a inda ba safai ya kamata a same shi nan ba, sai in hade kwadayina, in kewaya in wuce shi.”

Zaki da sauran dabbobi suka ce, “Lalle, dila, mun yarda kai ne malamin dawa.” Suka tara ‘ya’yansu a makaranta, dila ya yi ta koya musu wayo iri iri. Kullum in darasi ya fado a kan dabarun da ya kamata su yi su kubuta daga mutane, sai dan zaki ya tashi, ya ce don mutum, wannan dan karamin aihaki, shi ba ya bata lokacinsa ga jin labarin makircinsa ba.

In dila yana rarrashinsa ya tsaya ya karu, sai ya ce, “Ni dai don kwashe kashinsa a hannu. In same shi in keta cikin, in karairaya kasusuwansa, in cinye namansa, in sha jininsa in more!”

A kwana a tashi, ran nan dan zakin nan na yawo, da shi da dan rakumin dawa, sai suka hangi wani Bararo tafe da kayan tsabgu da igiyoyin dangwali mai yawa, sun yiwo tashi, ya bar ‘yan’uwansa a baya, yana sauri ya riga su isa mashekari, ya fara zaben wuri ya yi bukka. Yana tafe yana ‘yan wake-wakensa da Fillanci, yana kirari shi kadai kamar mahaukaci. Ko da rakumin dawa ya hango shi, sai ya ga bayanin da dila ke yi msu na mutum Dan zaki kuwa ya tsaya, yana kallon wata irin halitta dabam da wadda bai saba gani ba.

Da Bororon nan ya yiwo kusa, sai dan zaki ya ce masa, “kai, tsaya! Cikin namun daji, kai ne wa? Tun da na tashi ban taba ganinka ba. Kai ko gaisuwa fada ba ka zuaa?

Bororo ya ajiye kayansa, ya fadi gaban zaki ya ce, “Ni ne Kuzajje. Abin da ya sa ba ka ganina fada, kunya na ke ji, ga kowa da kafa hudu, ni kko sai biyu, ga kowa da wutsiya, ni ko fimfirin. Dubi gashinku layalaya, ni ko tik da ni, kamar na fito daga wuta.”

Dan zaki ya ce, “To, ina za ka da wadannan itatuwa?”

Bororo ya ce, “Kura ta kira ni in je in yi mata gida, don tana tsoron mutum.”

Dan zaki ya ce, “Shin don allah ina zan bi in gamu da mutum yanzu? Shi na ke nema ruwa a jallo, kwana da kwanaki ban gan shi ba.”

Bororo ya durkusa, ya ce, “Yau da gobe dai ai ka gari shi, yallabai. Amma ai tsoron karo da irinku ya ke yi. M, kada ka tsai da ni, ina sauri in je in yi wa kura aikinta, ko ba don tsoron mutum ba ma, ga rana ta fara zafi. Ba abin da ya fi gida dadi."

Dan zaki ya ce, "tsaya ka yi mini gidan tukuna in ji, sa'an nan ka wuce wajen na kura."

Bororo ya ce, "A'a, yallabai ai ba ni da dama tun da muka yi alkawari da ita, da ba ya magana biyu. In dai na yiwo mata na dawo, na yi maka don amfanina ke nan kawai wajenku."

Dan zaki ya ce, "Zancen banza.

Mece ce kura, har ka ce sai ka yi mata gida za ka yi mini?" Ya taso wa Bororo, ya sa dagi ya keta masa dan warki.

Bororo ya dubi warkinsa sabo ful, an yi masa karantsaye, sai ya kume, ya dai hade bacin ransa, ya ce, "Tun da ka ce kana so, manya dawa, ai sai a tsaya a yi maka tukun."

Dan zaki ya ce, "Dole. Ashe ana tsoron Inna, in ji 'ya'yan mayya."

Bororo ya tsuguna ya shirya tsabgunan, ya yi tsaikon daki mai karfi tsakar wadansu itatuwa. Ya bi tsaikon nan ya daure tam da itatuwan nan, sa'an nan ya samo ciyawa himi guda ya tara, ya samo kirare tuli ya tsiba gefe daya, kamar mai shirin gashin tukwane. Da ya tara su duk, ya yi ta diba, yana jitawa bisa tsaikon nan. Ya bar 'yar kofa wadda za ta isa dan zaki ya shiga. Da ya gama aminta shi, ya durkusa gaban dan zaki, ya ce, "Shiga mu gani in ya yi daidai da kai."

Dan zaki ya shiga cikin bukka, nan da nan Bororo ya mai da itatuwa, ya kulle, ya buga kyastu, ya kewaye bukka da wuta. Da hayaki ya murtuke, dan zaki ya kasa numfashi, sai ya yi neman fitowa, ya kasa. Da ya ji ya matsu, sai ya yi kara ya ce, "Kai Kuzajje, wannan daki naka ya faye kunci, kuma iskar ciki ba ta shakuwa. Fid na ni."

Bororo ya ce, "Habe, me ka ce? Kara fadi in ji? Ka makara. Ji ne mutum wanda ka ke fartar kasa ka ke cewa sai kun gamu. Kafin ka fara shan alwashi, da ya kamata ka tambayi iyayenka, ka ji yadda mu ke murtuku da su."

Da dan zaki ya ji wuta ta kama ba

ba ba, ya ce, “Na tuba, don Allah ka fid da ni!”

Bororo ya ce, “Haba, da ma ka dangana. Alkalami ya bushe.” Dan zaki ya cinye wuta kurmus. Bororo ya kama hanyarsa ya yi gaba.

Wanda ya raina maganar na gabu gare shi, ya yi abin da ya ga dama, kome ya same shi babu kaito.

Musa ya ce, “Me na ke ji haka kamar kiran salla?”

Aku ya saurara, ya ce, “Kiran salla

ne kuwa! Kai, wannan ladani ya yi sauri. Har asalatu ta yi?"

Musa ya tashi ya shige, bai ce masa kome ba, don ya ga ba damar fita, duk mutane sun farka.

Musa ya yini ran nan yana ta cizon hannu, bai sami fita bar har dare ya yi. Ya zauna yana alla-alla bayin nan su yi barci, suka ki, sai can asuba. Da ya ji sun yi barci suna minshari, sai ya tashi ya taho wurin aku neman iznin tafiya.

Aku ya ce, "Yallabai, ina ni ina hana ka abin da ka ke so.? Alhali ko ma abin da a ke so ne ga dukan dam Musulmi, zumunci, Sai ka yi hanzari, ka ga alfijir ya keto."

Musa ya juya zai fita, aku ya ce, "Yallabai, sai ka dauki fitila. Jiya na ji an koro wadansu barayi daga gidan Kakaki, na ji 'Yan Gadi na cewa kowa suka gani ba fitila sa kama shi."

Musa ya ce, "Yaya aka yi ban ji ko kuwwa ba, ga shi kuwa ban runtsa ba?"

Aku ya ce, “hankalinka ne ba ya nan, da ka sha dariya. Wani barawo ne ya shiga taskar Kakaki, ya shinfids bargo yana shirin daure kayayyakin da ya sata, sai wani barawon kuma ya fado dakin, bai san wannan gudan ya riga shi ba. Yana sawo kafa ciki, mai gidan. Saboda haka ya yiwo kofa da gudu. Shi kuma wannan da ya zo yanzu, da ya ji an nufo inda ya ke, sai ya yi tsammanin shi aka biyo, shi kuma ya yi baya ya zura a guje. Banza ta kori wofi, yadda ‘Yan Gadi suka yi da suka kori barayi daga gonar Madaki.”

Musa ya ce, “Jiya har sata biyu

aka yi? Sun ga Sarki ba ya nan!”

Aku ya ce, “A’a, nasu dabam ne.”

www.ingramcontent.com/pod-product-compliance
Lightning Source LLC
LaVergne TN
LVHW020547160826
845677LV00015B/4242

* 9 7 9 8 3 6 8 3 0 2 5 6 0 *